(இளம் எழுத்தாளர்)

இந்த புத்தகத்தை எனது தாய், தந்தை,

சகோதரி மற்றும் என் தமிழ்ப்பள்ளி

ஆசிரியர்களுக்குக் காணிக்கை ஆக்குவதில்

மகிழ்கிறேன்.

சஞ்சனா ராம்

சார்லட் நகரில் நேத்ரா என்கிற எட்டு வயதுப் பெண் வாழ்ந்து வந்தாள். அவளுக்குப் பொம்மைகள் என்றால் மிகவும் பிடிக்கும். ஐபாட் (IPOD) போன்ற மின்னணு இயந்திரங்கள் என்றால் நாள் முழுவதும் பார்த்துக் கொண்டிருப்பாள்.

எவ்வளவு பொம்மைகள் இருந்தாலும் அதை உடனடியாய் உடைத்து விட்டுப் புதிய பொம்மை வேண்டும் என்பாள்.

ஒருநாள் அவள் வாங்கிய பொம்மையை உடைத்து விட்டு 'அப்பா எனக்கு வேறு ஒன்று வேண்டும்' என்று அடம்பிடித்தாள்.

ஆனால் அவளுடைய தந்தை 'பொம்மைகள்
போதும், சென்று சில பள்ளிக் கூடப் பாட
வேலைகளைச் செய்' என்றார்.

அவள் ஒரே ஒரு வேலையைச் செய்துவிட்டு,

அப்பா அந்தப்பக்கம் சென்றதும் உடனே தனது

ஐபாட் (IPOD) -இல் விளையாடச் சென்று

விட்டாள்.

இதைக்கண்ட பெற்றோர்கள் 'இவளை என்ன செய்து மாற்றுவது' என்று வருந்தினர்.

ஒரு நாள் நேத்ரா தனது அறையில்

விளையாடிக் கொண்டிருந்தாள். அப்பொழுது

தனது பெற்றோர் அடுத்த அறையில் பேசிக்

கொண்டிருப்பதைக் கேட்டாள்.

அவள் அப்பா 'நம் நேத்ராவை மாற்ற ஏதாவது செய்ய வேண்டும், இப்படியே பொம்மை, ஐபாட் (IPOD) என்று இருந்தால் அவள் வாழ்க்கையில் முன்னேற முடியாது போய்விடும். நல்ல நண்பர்களையும் பெற முடியாது பொய்விடும்" என்று அம்மாவிடம் கூறினார்.

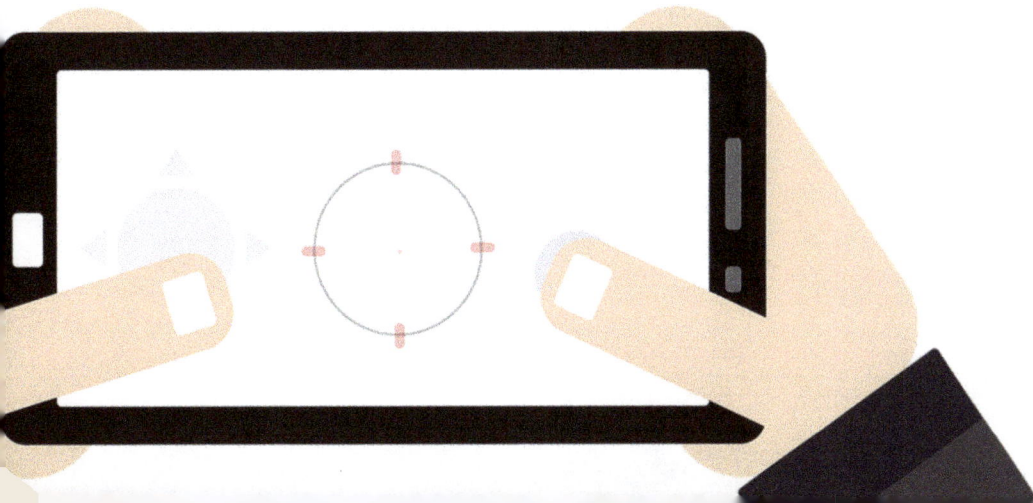

சிறிது நேரத்திற்குப்பின் அம்மா உற்சாகத்துடன், 'எனக்கு ஒரு வழி தோன்றுகிறது, நாம் நேத்ராவைத் தமிழ்நாட்டிற்கு அழைத்துச்செல்வோம்.

அங்கு எனது கல்லூரித்தோழி, நேத்ரா வயதை ஒத்த தன் மகளுடன் இருக்கிறாள். அவள் வீட்டில் நேத்ராவை தங்கச் செய்வோம். அப்போது அவளுக்கு நண்பர்கள் என்றால் என்ன, எளிமை என்றால் என்ன என்று புரியும்'.

அதைக்கேட்ட நேத்ரா அதிர்ச்சி அடைந்தாள். அவள் மனதில் தன் தாயின் வார்த்தைகள் கேட்டுக்கொண்டே இருந்தது.

'தமிழ்நாட்டிற்குப் போவோம். தமிழ்நாட்டிற்குப் போவோம் ...ஐயோ!!'.

நேத்ராவின் மனதில் கேள்விகள் 'எப்படித்

தமிழ்நாட்டிற்குப் போவேன், அங்கே

பொம்மைகள் உண்டா? ஐபாட் (IPOD) உண்டா?

இணையம் (Internet) உண்டா? ஐயோ!'. தனது

கண்ணீரைத் துடைத்துக் கொண்டே

படுக்கச்சென்றாள்.

அப்போது அவள் படுக்கையறைக்

கதவைத் திறந்துகொண்டு அவள்

பெற்றோர் நுழைந்தனர். அவள் அம்மா

'நேத்ரா எழுந்திரு' என்றாள்.

அம்மா 'நாம் இந்த விடுமுறையில்

தமிழ்நாட்டிற்குப் போகிறோம்' என்றாள்.

அதற்கு நேத்ரா 'எனக்கு விருப்பம் இல்லை,

நான் வரவில்லை' என்று அவர்களுக்குக்

கேட்கும்படி உளறிவிட்டாள்.

ஆனால் உடனே சமாளித்துக் கொண்டு உதட்டில்

சிரிப்புடன், 'ம்ம் அதாவது... சரி போவோம் ஆனால்

ஆறே நாள் போதும், எனக்குப் பள்ளிக்கூட

வேலைகள் நிறைய உள்ளன' என்றாள்.

சா)
நாள்

அவள் அப்பா சிரித்துக்கொன்டே

'கண்டிப்பாக நேத்ரா, ஆறே நாட்கள்

மட்டும் சென்று திரும்பி விடுவோம், நான்

அவர்களுக்குத் தகவல் சொல்லி

விடுகிறேன்' என்று கூறிவிட்டு

அம்மாவுடன் வெளியே சென்றார்.

நேத்ரா குழப்பத்துடன், தன் அப்பா

அம்மாவின் தோழியிடம் அவர்கள்

வருகையைப் பற்றித்

தொலைபேசியில் பேசுவதைக்

கேட்டுக் கொண்டே தூங்கச்

சென்றாள்.

சனிக்கிழமை விடுமுறை தொடங்கியதும்.

நேத்ரா தன் பெற்றோருடன் தமிழ்நாட்டிற்குச்

செல்ல சார்லட் விமான நிலையம் சென்றாள்.

நீண்ட பயணத்திற்குப் பிறகு

அவளுடைய தாயாரின் கல்லூரித்

தோழி வீட்டிற்குச் சென்றனர்.

அந்த வீட்டைப் பார்த்ததும்

நேத்ராவின் மனதில் 'எனக்குத்

தெரியும், எனக்குத் தெரியும்

இந்த வீடு என் அமெரிக்கா

வீட்டை விட மிகச்சிறியது...

இங்கு பொம்மைகள் இருக்காது, ஐபாட் (IPOD) இருக்காது, எனக்கு விளையாட எதுவுமே இருக்காது, இந்த பயணத்தை நான் முதலிலேயே மறுத்து இருக்க வேண்டும்' ..

..என்று நினைத்துக் கொண்டே வருத்தத்துடன் வீட்டின் உள்ளே சென்றாள்.

அவள் அம்மாவின் கல்லூரித்தோழி அவள்

கணவர் மற்றும் அவள் வயதை ஒத்த

அவர்களின் மகள் என மூன்று பேர்கள்

இருந்தனர். வீடும் சுத்தமாக இல்லை.

அவள் பெற்றோரும் அந்தச் சிறுமியின்

பெற்றோரும் உடனே பேசத்

தொடங்கினார்கள். அப்போது அந்த வீட்டுச்

சிறுமி வந்து 'என் பெயர் லட்சுமி உன்

பெயர் என்ன?' என்று கேட்டாள்.

'என் பெயர் நேத்ரா'

என்றாள்.

'உன்னைப் பார்த்ததில் மிக்க மகிழ்ச்சி, வா என் நண்பர்களைக் காட்டுகிறேன்' என்று கூறிக்கொண்டே லட்சுமி நேத்ராவை வெளியே அழைத்துச்சென்றாள்.

நேத்ராவும் லட்சுமியும், லட்சுமியின் நண்பர்களின் வீடுகளுக்குச் சென்று அவர்களை விளையாட அழைத்தனர்.

அவர்கள் எல்லாம் விளையாட்டுத் திடலுக்குச்

சென்று விளையாடத் தொடங்கினர்.

லட்சுமி ஒரு குச்சியை எடுத்து மணலில்

நான்கு கட்டங்களை வரைந்து 'வாருங்கள்

நாலு கட்டம் விளையாட்டு

விளையாடுவோம்', என்று எல்லா

நண்பர்களையும் அழைத்தாள்.

நேத்ரா முதலில் தயங்கினாள், பிறகு மெதுவாக விளையாட்டில் சேர்ந்தாள். சிறிது நேரத்தில் அந்த விளையாட்டை மிகவும் ரசித்தாள்.

பிறகு அனைவரும் வண்ண வண்ணக்

கோலங்கள் வரைந்து விளையாடினர்.

மறுநாளும் அதே போல் பல்லாங்குழி,
தாயம் போன்ற பல விளையாட்டுக்களை
நேத்ரா லட்சுமியுடனும் மற்ற
நண்பர்களுடனும் மகிழ்ச்சியாக
விளையாடினாள்.

மிக வேகமாக ஆறு நாட்கள் கடந்தன.

நேத்ரா அமெரிக்கா திரும்பும் நாள் வந்தது.

வெளியில் நேத்ரா விளையாடிக்

கொண்டிருக்கும் பொழுது, அவள் அப்பா

வந்து 'நேத்ரா வா நாம் விமான நிலையம்

செல்ல வேண்டும்' என்றார்.

நாள்

க உ ந ச ரு சூ

)   )   )   )   )   )

நேத்ராவிற்கோ அமெரிக்கா திரும்ப
மனம் இல்லை. அவளுக்கு
லட்சுமியையும் புது நண்பர்களையும்
பிரிந்து செல்லப் பிடிக்கவில்லை.

அங்கே கற்றுக் கொண்ட எளிய விளையாட்டுக்களை எப்போது மீண்டும் விளையாடுவோம் என்று நினைத்து வருந்தினாள்.

இங்கு இவ்வளவு மகிழ்ச்சியாக இருக்கும் என்று தெரிந்து இருந்தால் இந்த விடுமுறையை இங்கேயே கழித்து இருக்கலாமே என்று நினைத்தாள்.

வருத்தத்துடன் சார்லட் நகரம் வந்து

அடைந்தாள் நேத்ரா. தன் வீட்டிற்கு

வந்தவுடன் நேத்ரா தன் பொம்மைகளில்

பலவற்றை தானம் செய்தாள். ஐபாட் (IPOD)

போன்ற மின்னணுக் கருவியில்

விளையாடுவதை வெகுவாகக் குறைத்தாள்.

தன் நண்பர்களுக்கு, தான்

இந்தியாவில் கற்ற

விளையாட்டுகளைச் சொல்லிக்

கொடுத்தாள், தினமும் வெளியே தன்

நண்பர்களுடன் விளையாடத்

தொடங்கினாள்.

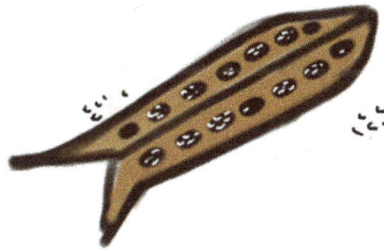

அதே சமயம் தொலைபேசியில்

லட்சுமியுடனும் நட்பை வளர்த்துவந்தாள்.

அவள் ஒரு புது நேத்ராவாக மாறியிருந்தாள்.

www.ingramcontent.com/pod-product-compliance
Lightning Source LLC
Chambersburg PA
CBHW040249100426
42811CB00011B/1205